അക്ഷരദീപം

aksharadeepam
balakavithakal

•

mullanezhi

•

first chintha edition
october 2013

•

second edition
december 2018

•

published
chintha publishers, thiruvananthapuram

•

typesetting
star communications, thiruvananthapuram

•

cover
midas

വിതരണം

ദേശാഭിമാനി ബുക്ക് ഹൗസ്

H O തിരുവനന്തപുരം-695 035
phone: 0471-2303026, 6063026
www.chinthapublishers.com
chinthapublishers@gmail.com

ബ്രാഞ്ചുകൾ

ഹെഡ്ഡാഫീസ് ബ്രാഞ്ച് കുന്നുകുഴി • ഓവർബ്രിഡ്ജ് തിരുവനന്തപുരം • സ്റ്റാച്യു തിരുവനന്തപുരം • കെ എസ് ആർ ടി സി ബസ് സ്റ്റേഷൻ ആലപ്പുഴ • കെ എസ് ആർ ടി സി ബസ് സ്റ്റേഷൻ എറണാകുളം • ഐ ജി റോഡ് കോഴിക്കോട് • മാവൂർ റോഡ് കോഴിക്കോട് • എൻ ജി ഒ യൂണിയൻ ബിൽഡിങ് കണ്ണൂർ • സെൻട്രൽ ബസ് ടെർമിനൽ കോംപ്ലക്സ് താവക്കര കണ്ണൂർ

CR - 1970 / 4834
ISBN - 978-93-83432-21-9

അക്ഷരദീപം

ബാലകവിതകൾ

മുല്ലനേഴി

ചിന്ത പബ്ലിഷേഴ്സ്
തിരുവനന്തപുരം-695 035

മുല്ലനേഴി

1948 മെയ് 16 ന് തൃശൂർ അവിണിശേരിയിൽ ജനനം. ഒട്ടേറെ നാടകങ്ങളിലും സിനിമകളിലും അഭിനയ മികവ് കാഴ്ച വെച്ചിട്ടുണ്ട്. കവി, സാമൂഹ്യപ്രവർത്തകൻ, നടൻ, അധ്യാപകൻ. ഉള്ളൂർ അവാർഡ് (1977), നാലപ്പാടൻ സ്മാരക സമിതി അവാർഡ് (1989), സാഹിത്യ അക്കാദമി അവാർഡ്, ഫിലിം ക്രിട്ടിക്സ് അവാർഡ് എന്നീ പുരസ്കാരങ്ങൾ ലഭിച്ചിട്ടുണ്ട്.

പ്രധാന കൃതികൾ: നാറാണത്ത് പ്രാന്തൻ, രാപ്പാട്ട്, മോഹപ്പക്ഷി, സമതലം, കനിവിന്റെ പാട്ട്, ഹൃദയം പുഷ്പിക്കുന്ന ഋതു, ആനവാൽ മോതിരം.

2011 ഒക്ടോബർ 22 ന് അന്തരിച്ചു.

ഉള്ളടക്കം

എല്ലാ മനുഷ്യർക്കും വേണ്ടി 9

നേരമൊട്ടും വൈകിയില്ല 12

അക്ഷരകേരളം 14

അക്ഷരമാർഗം 16

അക്ഷരമായുധം 19

അക്ഷരസ്വപ്നം 21

അക്ഷരവാനം 24

അക്ഷരബോധം 26

അക്ഷരച്ചങ്ങാതി 29

അക്ഷരപ്പാത 31

അക്ഷരസംസ്കാരം 33

അക്ഷരപ്പൂവ് 35

അക്ഷരവാതിൽ 37

അക്ഷരദീപം 39

അക്ഷരജ്വാല 42

അക്ഷരലോകം 44

അക്ഷരശുദ്ധി 47

പ്രസാധകക്കുറിപ്പ്

പ്രശസ്ത കവിയും ഗാനരചയിതാവും അധ്യാപ കനും സാമൂഹികപ്രവർത്തകനുമൊക്കെയായിരുന്നു മുല്ലനേഴിയുടെ അക്ഷരപ്പാട്ടുകളാണ് ഈ പുസ്ത കത്തിൽ.

മലയാളത്തിന് സുപരിചിതമാണ് ഈ പാട്ടുകളിലേ റെയും. പുതിയ തലമുറയ്ക്കായി ഈ പുസ്തകം സമർപ്പിക്കുന്നു.

ചിന്ത പബ്ലിഷേഴ്സ്

1
എല്ലാ മനുഷ്യർക്കും വേണ്ടി

സൗരപ്രപഞ്ചമാം താമരപ്പൂവിലെ
സൗരഭ്യമല്ലയോ മർത്യൻ.
മർത്യരായ് മന്നിൽപ്പിറന്നവരൊക്കെയും
മർത്യരാകുന്നില്ല കഷ്ടം.........   (സൗര)

വാനരനിൽ നിന്ന് നരനായ് വളർന്നു
വന്നവൻ മനുഷ്യൻ
വടിയെടുത്ത് കനി കൊഴിച്ച്
പശിയടക്കിവാണവൻ മനുഷ്യൻ
കല്ലുരച്ച് തീയെടുത്ത, കന്നുപൂട്ടി കൃഷിയെടുത്ത
നല്ല ഭൂമി നേടുവാനുറച്ചവൻ മനുഷ്യൻ
അക്ഷരം തിരിച്ചറിഞ്ഞതിന്റെ ഉള്ളിലുള്ള ശക്തി
അറിവാക്കി മാറ്റിയോൻ മനുഷ്യൻ
ചക്രവാളസീമകൾ കടന്നുചെന്ന് മറ്റു ഗോള
ജൈത്രയാത്ര ചെയ്തവൻ മനുഷ്യൻ
ആ മനുഷ്യനാകുവാൻ അണിയണിയായ്
പോകുവോരായിരങ്ങൾ
അവർ പറയുന്നു.... അവർ പറയുന്നു

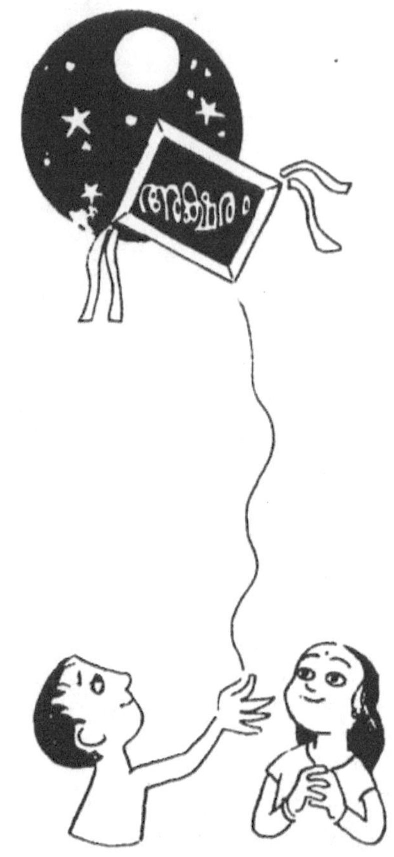

എല്ലാം മനുഷ്യനു വേണ്ടി- ഭൂമി
എല്ലാ മനുഷ്യർക്കും വേണ്ടി.

അറിവുകൾ, പൊരുളുകൾ, നിയമങ്ങൾ, ശാസ്ത്രങ്ങൾ
തൊഴിലുകൾ, വ്യവസായങ്ങൾ, എല്ലാം എല്ലാം
എല്ലാം മനുഷ്യനുവേണ്ടി ഭൂമി
എല്ലാ മനുഷ്യർക്കും വേണ്ടി

എന്നിട്ടുമെന്നിട്ടുമിരുളിൽ പിടയുന്ന മണ്ണിലെ മൂകലക്ഷങ്ങൾ
തീരാത്ത ദുരിതങ്ങൾ നൽകിയ തമ്പ്രാനെ

പ്രാകുന്നു പ്രാകുന്നു പാവങ്ങൾ
സ്വയമാരെന്നറിയാൻ; സ്വന്തം നിലയറിയാൻ
സ്വപ്നം കാണുന്ന നല്ലൊരു ജീവിതം
സ്വർഗത്തിലല്ല; ഭൂമിയിൽ നേടാൻ
അറിവായുധമാക്കി അണയുന്ന മർത്യന്റെ കൂടെ
നമ്മളുണരുന്ന മർത്യന്റെ കൂടെ-നമ്മൾ
ഉണരുന്ന മർത്യന്റെ കൂടെ.

2
നേരമൊട്ടും വൈകിയില്ല

നേരമൊട്ടും വൈകിയില്ല
കൂട്ടുകാരെ പോരൂ..... കൂട്ടുകാരെ പോരൂ
പേരെഴുതാം വായിക്കാം
ലോകവിവരം നേടാം, ലോകവിവരം നേടാം.

മർത്യരായ് നാം പിറന്ന
മണ്ണിതിന്റെ ഗന്ധം
വേർപ്പുനീരിൻ ഗന്ധമെന്നു
വേർതിരിച്ചറിയാം (നേരമൊട്ടും)
വേർതിരിച്ചറിയാം (നേരമൊട്ടും)

പണിയെടുത്തു പണിയെടുത്തു പാരു പുത്തനാക്കി
പണിയെടുത്തു പണിയെടുത്തു എല്ലു വെള്ളമാക്കി
മെയ്യനങ്ങാ വേല ചെയ്തോർ മേലെ മേലെയായി
മെയ്യുരുകി വേല ചെയ്തോർ വയ്യവയ്യെന്നായി
എന്തുകൊണ്ടിത്? എന്തുകൊണ്ടിത്?
എന്നറിയില്ലെന്നൊ?
സ്വന്തം മണ്ണിൻ വിലയറിയാൻ
നേരമായില്ലെന്നോ.... നേരമായില്ലെന്നോ (നേരമൊട്ടും)

അക്ഷരങ്ങൾ മൂർച്ചയുള്ളോരായുധമാകുമ്പോൾ

പുസ്തകങ്ങൾ നമ്മളുടെ കൂട്ടുകാരാകുമ്പോൾ
സംഘബോധം നമ്മളെ നയിക്കുവാനെത്തുമ്പോൾ
സംഗതികളൊക്കെ നമ്മുടെ ഇംഗിതം പോലാകും
ഇംഗിതം പോലാകും....... (നേരമൊട്ടും)

3

അക്ഷരകേരളം

ഈ നാടുണരുന്നു
മലനാടുണരുന്നു

ഇതുവരെ, ഇരുളിൽ ഇരുകാലികളായ്
ഇഴഞ്ഞ മനുഷ്യനെഴുന്നേൽക്കുന്നു.

അക്ഷരകേരളമവരുടെ മുമ്പിൽ
അറിവിന്നറകൾ തുറക്കുന്നു

അക്ഷരമെന്തെന്നറിയാത്തവരിനി
ഇവിടെയില്ലെന്നുറപ്പുവരുത്തുന്നു
ഓരോ വീടും കേറിയിറങ്ങുക
നേരിട്ടറിയുക നേര്

പള്ളിക്കൂടം കാണാത്തതിനവർ
പല പല കാരണമോതാം
അവരോടോതുക സുമനസുകളായ്
അവസരമല്ലോ മുമ്പിൽ
നേരം വൈകീട്ടില്ല സുഹൃത്തേ
പോരൂ വേഗം പോരൂ

അക്ഷരമെന്തെന്നറിയാം, അതിലൂടങ്ങനെ–
യങ്ങനെ വളരാം.
നമ്മെ, നാടിനെയെല്ലാം മാറ്റാം
നന്മകൾ നേടിയെടുക്കാം
സ്വന്തം തലകൊണ്ടാലോചിക്കാം
എന്തിനുമൊരു വഴി കാണാം

4

അക്ഷരമാർഗം

ഒന്നാം സംഘം:

അക്ഷരം പഠിച്ചിട്ടിന്നെന്തു കാര്യം?

രണ്ടാം സംഘം:

ആഹാരം കഴിച്ചിട്ടെന്തു കാര്യം?

ഒന്നാം സംഘം:

കത്തും വിശപ്പു കെടുത്തുവാൻ നമ്മൾക്ക്
മറ്റൊരു മാർഗവുമില്ലല്ലോ

രണ്ടാം സംഘം:

അതുപോലെയതുപോലെയതുപോലെ
കത്തും മനസിൻ വിശപ്പു കെടുത്തുവാൻ
അക്ഷരജ്ഞാനമിന്നാവശ്യം
മറ്റുള്ളോർ നമ്മളെ പിന്നോട്ടു തള്ളാതെ
നോക്കുവിൻ അറിവാണിന്നാവശ്യം

ഒന്നാം സംഘം:

ഇത് നല്ല കൂത്ത്! അക്ഷരം കത്തും വിശപ്പു മാറ്റും

പോലും അക്ഷരം
കാവൽക്കാരാണുപോലും
ഭ്രാന്ത്. ഭ്രാന്ത്. മുഴു ഭ്രാന്ത്

രണ്ടാം സംഘം:

സുഹൃത്തുക്കളേ,
അക്ഷരം പഠിക്കുന്നതും അറിവുനേടുന്നതും ഭ്രാന്താ
ണെന്നു കരുതുന്ന
അനാവശ്യമാണെന്നു കരുതുന്ന എത്രയോ പേർ നമുക്കു
ചുറ്റുമുണ്ട്.
ഈ നില ഇങ്ങനെ തുടർന്നാൽ മതിയോ?
ഒന്നുമറിയാതെ നാമെത്രനാളെത്രനാൾ
വന്ന ദുരിതങ്ങളെയേറ്റുവാങ്ങും

ഭൂമിയുടെയവകാശികൾ നമ്മളാണെന്ന
കാര്യം മറന്നു നാമെത്ര നീങ്ങും
ചതികളുടെ, കൊതികളുടെ നടുവിൽ നിറുകയിൽ
വിധിയെ പ്രതിഷ്ഠിച്ചു നിൽക്കെ
പണവും പ്രതാപവും രോഗവും ദുരിതവും
ദൈവഹിതമല്ലെന്ന സത്യം
അറിയുവാനുള്ള വഴി, അറിവിന്റെ നേർവഴി
അതുനേടി നമ്മൾ മുന്നോട്ട്....

5

അക്ഷരമായുധം

നൂറു നൂറു ദുരിതത്തി-
ന്നിരുളറയിൽപ്പിടയുന്ന
കൂട്ടുകാരേ, വരൂ, കൂട്ടുകാരേ.....

ഒരു വശത്തു രോഗങ്ങൾ
മറുവശത്തു ദാരിദ്ര്യം
ഒടുവിലൊന്നുമില്ലായ്മയിൽ
തല ചായ്ക്കും ഉള്ളിലു-

ണ്ടൊരു കടും കയ്പുനീര്‍....
ഒരു കടല്‍ക്കണ്ണുനീര്‍....
അന്യരുടെ ഭൂമിയിലെ
ദൈന്യത വിഴുങ്ങിടുന്ന
കണ്ണുനീരൊഴുക്കിടുന്ന
ജീവിതം മതി, മതി
എഴുന്നേല്‍ക്കൂ, കൂടെവരൂ
ഒരു നിമിഷം, വെറുമൊരു നിമിഷം

കണ്ണുനീര്‍ തുടയ്ക്കുക
കൈയിലേറ്റു വാങ്ങുക
മുന്നിലേക്കു വഴി തുറക്കുമായുധം
മിന്നല്‍പോല്‍ത്തിളതിളങ്ങുമായുധം
അക്ഷരം- ആയുധം

അക്ഷരങ്ങള്‍ തോല്‍ക്കാത്തൊരായുധം
ആയുധമില്ലാതെ നാം
അടരാടുവതെങ്ങനെ
എഴുന്നേല്‍ക്കൂ, കൂടെവരൂ
എഴുതിത്തുടങ്ങുക നാമാദ്യം-
ആദ്യം മുതലെഴുതണം
പടിപടിയായെഴുതണം
ചോദ്യങ്ങള്‍ക്കുത്തരം കണ്ടെത്തണം

എന്തുകൊണ്ട് രോഗങ്ങള്‍?
എന്തുകൊണ്ട് ദാരിദ്ര്യം?
എന്തുകൊണ്ട് യുദ്ധങ്ങള്‍?
എന്തിനാണു ജീവിതം?

6
അക്ഷരസ്വപ്നം

അമ്മതൻ തങ്കക്കിനാവായ് വിരിഞ്ഞൊരു

ചമ്പകപ്പൂവേ നീയുറങ്ങ്

ആകാശത്തോളം വളരാനായി

ആരോമൽക്കുഞ്ഞേ നീയുറങ്ങ്

ഇല്ലായ്മകൾ വന്നു കണ്ണുപൊത്തുമ്പോൾ

ഉള്ളൊരാശ്വാസമേ നീയുറങ്ങ്

ഈ ലോകമാലോകം മാലോകർ തിരയട്ടെ

–അമ്മതൻ ലോകമേ നീയുറങ്ങ്–

ഉണ്ണാനുമുടുക്കാനുമെല്ലാർക്കും കഴിവുള്ള

നല്ല ലോകം കണികണ്ടുണരാൻ

ഊരിലെ കുട്ടികളെല്ലാം മിടുക്കരായ്

വളരുന്ന ലോകം കണികണ്ടുണരാൻ

എന്റെ നിന്റെയെന്ന കലഹങ്ങളില്ലാത്ത

സുന്ദരലോകം കണികണ്ടുണരാൻ

ഏഴുസമുദ്രങ്ങൾക്കപ്പുറത്തായാലും

മാനവസ്നേഹം കണികണ്ടുണരാൻ

ഐരാവതത്തെക്കഥയിലൊതുക്കുന്നൊ-
രാ നല്ല ലോകം കണികണ്ടുണരാൻ
ഒരു മർത്യൻപോലും വിശന്നു മരിക്കാത്ത
ഒരുമതൻ ലോകം കണികണ്ടുണരാൻ
ഓരോ മനസിലും പൂവിലും പുഴയിലും

കരുണതന്നാർദ്രത കണ്ടുണരാൻ
ഔദ്യോഗികത്തിന്റെ മുഖപടമില്ലാത്ത
മർത്യന്റെ ലോകം കണികണ്ടുണരാൻ
അമ്മതൻ തങ്കക്കിനാവായ് വിളങ്ങുന്ന
പൊന്മണിമുത്തേ നീയുറങ്ങ്.

7
അക്ഷരവാനം

അക്ഷരം തൊട്ടുതുടങ്ങാം നമുക്കൊരേ
ആകാശം വീണുകിട്ടാൻ
ഇന്നലെയോളം നാം കണ്ട കിനാവുകൾ
ഈ ജന്മം തന്നെ നേടാൻ
(അക്ഷരം തൊട്ടു തുടങ്ങാം.)

ഉള്ളവർ, ഇല്ലാത്തവരെന്ന ഭേദമീ-
ഊഴിയിലില്ലാതെയാക്കാൻ
ഊതുചക്രരഥമേറി മാനവജീവിതം
എവിടെയും പൂക്കുന്നതാക്കാൻ
(അക്ഷരം തൊട്ടു തുടങ്ങാം)

ഏതുകുലം, ഭാഷ, ജാതിയെന്നോർക്കാതെ
ഐകമത്യത്തിൻ വഴിയിൽ
ഒന്നായി മാനവരെത്തുന്നതും കാത്തൊ-
രോണവില്ലെന്നും മുഴങ്ങും
(അക്ഷരം തൊട്ടു തുടങ്ങാം)

ഔദാര്യമല്ലാർക്കും ഭൂവിലെജീവിതം
അമ്മ നൽകുന്ന സമ്മാനം

അസ്സമ്മാനം കൈയിൽ വന്നിട്ടു നാമൊരേ
ആകാശം നേടിയില്ലല്ലോ
അമ്മയെ, ഭൂമിയെ, നമ്മളെക്കാണുമ്പോൾ
ആകാശമുള്ളിൽത്തെളിയും

8

അക്ഷരബോധം

എല്ലാമറിഞ്ഞവരില്ലെങ്കിലും, ചില-
തെല്ലാം നമുക്കറിയേണ്ടേ?
മർത്ത്യരായ് മന്നിൽപ്പിറന്നവരൊക്കെയും
മർത്ത്യരാകാത്തതിന്നെന്തേ?

തിന്നും കുടിച്ചും കുലം പെരുപ്പിച്ചുമീ-
മന്നിൽക്കഴിഞ്ഞാൽ മതിയോ?
എന്നുമൊരുപോലിരിക്കുകില്ലെന്നു നാം
നന്നായറിഞ്ഞേ കഴിയൂ.

പായുന്ന കാല പ്രവാഹത്തിൽ നമ്മളും
മായുമെന്നാലും സുഹൃത്തേ
കാലടിപ്പാടു പതിപ്പിച്ചു പോവുക
ലോകമെല്ലാവർക്കും തുല്യം.

ബ്രിട്ടീഷുകാർ നാടുവിട്ടിട്ടും നമ്മുടെ
നട്ടെല്ലു നാം വളയ്ക്കുന്നോ?
ഒട്ടൊട്ടു കാര്യങ്ങളങ്ങനെയിങ്ങനെ
കിട്ടുന്നതൊക്കെയൗദാര്യം

അവകാശബോധമില്ലാത്തതിൻ കാരണം

അക്ഷരത്തിന്റെയഭാവമാകാം
അക്ഷരപ്പാലത്തിലങ്ങോട്ടുമിങ്ങോട്ടും
ഉൾക്കണ്ണ്തുറക്കാതെ പാഞ്ഞതാകാം–

ഭൂമിയിൽ ജന്മമെടുപ്പവർക്കൊക്കെയും
ഭൂമി നൽകുന്ന സുരക്ഷ
മർത്യൻ ഭയക്കേണ്ട ജന്തുവൊന്നേയുള്ളൂ
മർത്യൻ, കൊടുംവിഷമുള്ള മർത്യൻ.

ആ മർത്യനെ ദൂരെയോട്ടിയോടിക്കുവാൻ
ആത്മപ്രകാശം പരത്താൻ

കർമപഥത്തിൻ തമസ്സകറ്റാൻ, സ്വന്തം
ധർമം തിരിച്ചറിയാനും
നേരമായ്, നേരമായെന്നു പറയുന്നി-
താരോ, ഉണരുവിൻ വേഗം.

കർമപഥത്തിൻ തമസ്സകറ്റാൻ, സ്വന്തം
ധർമം തിരിച്ചറിയാനും
നേരമായ്, നേരമായെന്നു പറയുന്നി-
താരോ, ഉണരുവിൻ വേഗം.

9

അക്ഷരച്ചങ്ങാതി

എഴുതാനും വായിക്കാനും കഴിയുന്നതു ഭാഗ്യം ഭാഗ്യം
തന്നത്താനെഴുന്നേറ്റു നടക്കുന്നതു ഭാഗ്യം ഭാഗ്യം
ആപ്പീസിലപേക്ഷ കൊടുക്കാൻ, പത്രത്തിലെ-
വാർത്തകളറിയാൻ
കത്തെഴുതാൻ, വായിക്കാനും അക്ഷരമൊരു ചങ്ങാതി
കാലം പോയെന്നൊരു ചിന്തയിൽ കേഴേണ്ട പോരൂ, പോരൂ

കാണിക്കാമങ്ങത്ഭുതലോകം, അക്ഷരമൊരു ചങ്ങാതി
അവനവനെ, അപരനെ, ഭൂമിയെ, ഭൂമിയിലുള്ളോളാരോന്നിനേയും
അതതായ് കണ്ടറിയാനിന്ന് അക്ഷരമൊരു കണ്ണാടി
മറ്റെല്ലാമുണ്ടായാലും അറിവില്ലാത്തവരാണെങ്കിൽ
പറ്റിക്കാമാർക്കും നമ്മെ, അക്ഷരമൊരു ചങ്ങാതി
മനമുണ്ടോ മാർഗവുമുണ്ട്, വേണമെങ്കിൽ വേരിൽ കായ്ക്കും
കനിയാണീയറിവിൻ തേൻകനി അതിനെന്തൊരു മാധുര്യം.

10
അക്ഷരപ്പാത

കൂട്ടുകാരേ, നിങ്ങൾ വരുന്നോ അക്ഷരമെഴുതാം, വായിക്കാം
ആദിവാസിയെന്ന പേരുണ്ട് നമ്മൾക്കി-
ന്നാകാശമുണ്ടോ? ഭൂമിയുണ്ടോ? കൂട്ടുകാരേ....
ആദ്യംതൊട്ടു തുടങ്ങണമെന്നാൽ

പുതിയൊരു ജീവിതം നേടീടാം കൂട്ടുകാരേ....

നൂറു നൂറനാചാരങ്ങൾ നമ്മളെ വേറെ വേറെയെന്നാക്കുമ്പോൾ
കൂട്ടുകാരേ നിങ്ങൾ വരുന്നോ
അറിവുകൾ നേടി വളർന്നീടാം
വലിയവർക്കെന്നുമടിമപ്പണിചെയ്തു
വലയുവോരാണു നാമോർക്കേണം
കൂട്ടുകാരേ നിങ്ങൾ വരുന്നോ.
നാട്ടിലെ മാറ്റങ്ങളറിയേണ്ടേ?

ഓരോന്നോരോന്നങ്ങനെ നമ്മളറിഞ്ഞേ തീരൂ– അപ്പോൾ
അറിയാതെ ജീവിതപ്പാത മാറിയേ തീരൂ
ഇന്നോളം പോന്ന രീതി മാറിയേ തീരൂ
നന്നാവാനുള്ള വഴി നേടിയേ തീരൂ.

11

അക്ഷരസംസ്കാരം

ഉണ്ടോര്‍ക്ക് പായവേണം
ഉണ്ണാത്തോര്‍ക്കെല വേണം
വണ്ടികാത്ത് നില്‍പ്പവര്‍ക്ക്

വണ്ടി വരേണം- വന്നാൽ

വണ്ടിനിർത്തണം- നിർത്ത്യാൽ
കേറാൻ പറ്റണം- പറ്റ്യാൽ
സീറ്റ് കിട്ടണം- കിട്ട്യാൽ
കാലു വിടർത്തി
കൈയുവിരുത്തി
കണ്ണും പൂട്ടി
എടത്തും വലത്തും
നോക്കാതങ്ങനെ
ഇരുന്നൊറങ്ങാലോ........ ലോ

അരുതരുതരുത്
അക്ഷരം കിട്ടി വലുതായയോർ നിങ്ങളി-
ന്നിച്ചതിചെയ്യരുതേ!
ഒന്നുമില്ലായ്മയിലാണ്ടുകിടപ്പോരെ-
യൊന്നു തിരിഞ്ഞുനോക്കൂ.
നേടിയോർ, നേടിയോർ സ്വാർഥികളാകുന്ന
നാടു നരകമാകും
സാക്ഷരരായതുകൊണ്ടുമായില്ല
സംസ്കാരവും നേടണം.

12
അക്ഷരപ്പൂവ്

അക്ഷരം ചൂടും; ചൂടുന്നത് പൂവ്
അക്ഷരപ്പൂവിലും തേന്
അക്ഷരപ്പൂവിലെ തേനുണ്ണാൻ
ആരാരുണ്ട്? ആരാരുണ്ട്?

ഞാനുണ്ട്, ഞാനുണ്ട്, ഞാനുണ്ട്
തേൻതായോ പൂവേ, തേൻതായോ!
ഓരോരോ അക്ഷരം കൂട്ടിവച്ചാൽ
ഒരായിരം പൂവിടർന്നു വരും
ആയിരം പൂവിലെ തേനുണ്ടാൽ നമ്മ–
ളാരാണെന്നും തിരിച്ചറിയും.
അറിവിന്റെ തേനുണ്ടു വളരേണം
അവകാശബോധം തെളിയേണം
നന്നായിപ്പണിചെയ്യാൻ, നന്നായി ജീവിക്കാൻ
ഇന്നീയക്ഷരപ്പൂ ചൂടു!

13
അക്ഷരവാതിൽ

അക്ഷരമെഴുതുമ്പോൾ, വായിക്കുമ്പോൾ നമ്മൾ
അക്ഷരനിധി തേടുകയല്ലോ
ഓരോന്നുമോരോന്നുമെന്തുകൊണ്ടെന്നും
ഓരോന്നുമോരോന്നുമെന്തിനാണെന്നും
തേടുവാൻ നമ്മൾക്കു മോഹമില്ലെങ്കിൽ
മാടും മനുഷ്യനും എന്തു വ്യത്യാസം?

ഒന്നല്ലൊരായിരം സൗരപ്രപഞ്ചമു-
ണ്ടിന്നീയപാര പ്രപഞ്ചത്തിലെന്നും
സൂര്യനെക്കാളും വിദൂരത്തിലാകയാൽ
താരകൾ ചെറുതായിക്കാണുന്നുവെന്നും
അറിയുവാൻ നമ്മൾക്കു മോഹമില്ലെങ്കിൽ
വെറുതെയീ ജന്മം നാം പാഴിലാക്കുന്നു;
മാമരം വിത്തിൽ ഒളിഞ്ഞിരിക്കുന്നു
പൂവുകൾ വിത്തിൽ മറഞ്ഞിരിക്കുന്നു
മാറ്റത്തിൻ കാറ്റും വെളിച്ചവും നമ്മുടെ
ചുറ്റും മനസിലും കുടിയിരിക്കുന്നു
അതു കാണാനുള്ളിലേക്കുറ്റുനോക്കേണം
അതുകാണാൻ ചുറ്റിലുമുറ്റുനോക്കേണം

അറിവിന്റെ പടികേറിയങ്ങനെയങ്ങനെ
നെറിവുള്ള നേരുള്ള ലോകം നേടേണം
അക്ഷരവാതിൽ തുറന്നു ലോകത്തിന്റെ
നിക്ഷേപങ്ങൾ നമ്മൾ സ്വന്തമാക്കേണം
അന്യന്റെ വാക്കുകൾ സംഗീതമാകുന്നൊ-
രാ നല്ലലോകം പുലർന്നുവരേണം.

14
അക്ഷരദീപം

അക്ഷരദീപം തെളിഞ്ഞാൽ മനസിലെ
അജ്ഞാനമെല്ലാമകലും
തോളോടു തോൾ ചേർന്നു പോവുകിൽ നമ്മുടെ
ലോകം തെളിഞ്ഞുവന്നീടും
ഒരു പുതിയ താളം– അക്ഷരത്താളം
ഒരു പുതിയ കാലം– അറിവിന്റെ കാലം

ഒരു പുതിയ താളം– ഒരു പുതിയ കാലം
ഒരു പുതിയ ജീവിതശീലം
മാടിവിളിപ്പൂ നാമിതുവരെക്കാണാത്ത
കാര്യങ്ങൾ കാട്ടിത്തരുന്നു
മാറുന്ന ലോകം, മനുഷ്യൻ, ഈ ഭൂമിയിൽ
മാറുന്നു, മാറുന്നു സർവം
മാറ്റങ്ങൾ ജീവിതനന്മയ്ക്കുവേണ്ടി
മാറ്റങ്ങൾ നല്ല ലോകത്തിന്നുവേണ്ടി
ജീവിതം മെച്ചപ്പെടുത്തുവാനാകാത്ത
പാതകൾ നമ്മൾക്കു വേണ്ട

പണിചെയ്തു പണിചെയ്തു പാതകൾ മാറ്റാം

പണിചെയ്തു പണിചെയ്തു പാരിനെ മാറ്റാം
അറിവും പ്രവൃത്തിയും തെളിവുള്ളതാക്കാം
നെറിവുള്ള, നേരുള്ള ലോകമുണ്ടാക്കാം
ഓരോന്നുമോരോന്നുമെന്തുകൊണ്ടെന്നും
ഓരോന്നുമോരോന്നുമെന്തിനാണെന്നും
നമ്മളറിഞ്ഞു കഴിയുമ്പോളല്ലോ
കതിരുകൾ, പതിരുകൾ വേറെയാകുന്നു
രോഗദാരിദ്ര്യങ്ങളില്ലാത്ത ലോകം
വലിയവർ, ചെറിയവരില്ലാത്ത ലോകം

സ്വപ്നത്തിലല്ല, സ്വർഗത്തിലല്ല
സ്വന്തമാം ഭൂമിയിൽ നമ്മൾക്കു നേടാം
യുദ്ധങ്ങൾ, കലഹങ്ങൾ വേണ്ടിനി വേണ്ട
മർത്യർ നാം ഭൂവിൻ സുഗന്ധമാണല്ലോ

അറിവിൻ വെളിച്ചമൊരു ശക്തിയാകുന്നു
അതു നൽകുമാനന്ദമെന്തെന്നറിഞ്ഞു
നമ്മളെ നമ്മളിൽനിന്നുമകറ്റുന്ന
മഞ്ഞുരുകുന്നു, മറകളകലുന്നു.

15
അക്ഷരജ്വാല

ഭൂമിയിൽ മർത്യനായ് വന്നുപിറന്നിട്ടും
താമസമെന്താണറിവുനേടാൻ
വിദ്യാലയത്തിൽ പോകേണ്ടകാലത്തു-
പറ്റിയില്ലെന്നോ? നിരാശവേണ്ടാ-

തൊട്ടടുത്തുള്ളൊരു സാക്ഷരതാ ക്ലാസിൽ
നട്ടെല്ലുയർത്തി കടന്നുചെല്ലൂ
അക്ഷരമുത്തുകൾ സ്വന്തമാക്കൂ.
അധ്വാനിച്ചാൽ നമുക്കെന്തും നേടാം-
അക്ഷരങ്ങൾക്കുള്ളിൽ തീയുണ്ടാ, ത്തീയിനെ
ആത്മാവുകൊണ്ടൂതിയൂതി നോക്കൂ
വിശ്വം മുഴുവൻ തെളിഞ്ഞു കാണുന്നൊരു
വിജ്ഞാനദീപം കൊളുത്തിവയ്ക്കാം

16

അക്ഷരലോകം

അയിലൂടെ ചെന്നിട്ടും
ഇയിലൂടെ ചെന്നിട്ടും
അക്ഷരം മാത്രം തന്നില്ല
സൂര്യനുദിച്ചിട്ടും ചന്ദ്രനുദിച്ചിട്ടും
അക്ഷരം മാത്രമുദിച്ചില്ല.

രണ്ടാം സംഘം:

അക്ഷരം തന്നാൽ നീയെന്തുചെയ്യും?

ഒന്നാം സംഘം:

അക്ഷരംകൊണ്ടു ഞാനമ്മാനാടും

രണ്ടാം സംഘം:

മേലോട്ടു നോക്കിനീയമ്മാനാടിപ്പൊങ്ങി
മേലോട്ടുമേലോട്ടു പോയാലോ

ഒന്നാം സംഘം:

അങ്ങനെ പോകുന്നതാരെന്നറിയാനും
അക്ഷരം കിട്ടിയാൽക്കൊള്ളാലോ

രണ്ടാം സംഘം:

സർക്കാരു നൽകുന്ന സൗജന്യമൊക്കെ നീ
തൽക്കാലത്തേക്കായെടുക്കുന്നു

ഒന്നാം സംഘം:

സൗജന്യം വാങ്ങേണ്ട ഗതികേടു തന്നതു
സൗകര്യം കൂടിയോരാണല്ലോ

രണ്ടാം സംഘം:

അക്ഷരം കിട്ടുന്നതിൻമുമ്പീ ഹുങ്കെങ്കിൽ
അക്ഷരം കിട്ടിയാലെന്താവും?

ഒന്നാം സംഘം:

തോളത്തു കേറുവാനാരാരുവന്നാലും
താഴത്തെ മണ്ണുവിളിക്കുലോ

രണ്ടാം സംഘം:

അയ്യയ്യാ തോന്ന്യാസം കാട്ടുവാനാണെങ്കിൽ
അക്ഷരം നിങ്ങൾക്കു കിട്ടില്ല

ഒന്നാം സംഘം:

തോന്നിവാസങ്ങൾക്കറുതി വരുത്തുവാൻ
അക്ഷരം ഞങ്ങൾ പഠിക്കൂലോ
നന്നായ് പഠിച്ചിട്ട്, നന്നായറിഞ്ഞിട്ട്
നല്ലൊരു ലോകമുണ്ടാക്കൂലോ
നല്ല ലോകത്തിന്റെ പാട്ടുപാട്, ഇനി–
യുള്ളോളാര് മാനുഷരാകട്ടെ

17

അക്ഷരശുദ്ധി

പണ്ടു വിവേകാനന്ദസ്വാമികളീക്കേരളത്തിൽ
കണ്ടതെന്ത്? ചൊന്നതെന്ത്?
ഭ്രാന്താലയം– ഇത് ഭ്രാന്താലയം
ജാതിമതപ്പേക്കുത്തിൽ ഭ്രാന്താലയം

മനുഷ്യൻ മനുഷ്യനെക്കണ്ടാലശുദ്ധം

മനുഷ്യൻ മനുഷ്യനെ തീണ്ടിയാലശുദ്ധം
മനുഷ്യൻ മനുഷ്യനെ തൊട്ടാലശുദ്ധം
മനസിന്റെ ശുദ്ധിയാരു കണ്ടു?

ജാതികൊണ്ടു വലിയവരായ് മർത്യരിൽ ചിലർ
സ്വത്തുകൊണ്ടു വലിയവരായ് മർത്യരിൽ ചിലർ
അവനവന്റെ ശക്തിയെ ഊതിയൂതി ജ്വലിപ്പിച്ചോ-
രവരാണ് സത്യത്തിൽ വലിയവർ.

അക്ഷരങ്ങൾക്കയിത്തമില്ല
അറിവിന്നുമയിത്തമില്ല
അക്ഷരങ്ങൾ നേടുക
അറിവുള്ളോരാവുക
അങ്ങനെ ശക്തരാവുക
അങ്ങനെ തുല്യരാവുക
അങ്ങനെ മർത്യരാവുക

9 789383 432219